அம்மா இங்கே வா வா

Mommy, come here

Suganthi Nadar

TamilUnltd
10 Maybelle court, Mechanicsburg PA 17050 USA

நூலின் பெயர்	: அம்மா இங்கே வா வா
ISBN	: 978-0-692-51446-7
LCCN.	: 2020952514
பொருள்	: குழந்தைகள் இலக்கியம்
மொழி	: தமிழ், ஆங்கிலம்
ஆசிரியர்	: சுகந்தி நாடார்
காப்புரிமை	: சுகந்தி நாடார்
முதல் பதிப்பு	: அச்சுப்பதிப்பு 2021
நூலின் விவரம்	: Premium Color 11 x 8.5 in or 216 x 280 mm Case Laminate on White w/Matte Lam
எழுத்துரு	: ஆப்பிள் தமிழ் சங்கம்
எழுத்துரு அளவு	: 30
அச்சகம்	: IngramSpark
பதிப்பகம்	: Tamilunltd

10 Maybelle court, Mechanicsburg PA 17050 USA
17178025889 7177283999 tamilunltd@gmail.com

Dear Parents and educators,

This bilingual book is created for the parents who has no prior Tamil language. This book has the transliteration of the sentences and pronunciation keys along with the Tamil text for their easy reading.The meaning of the sentences is also given in the bookUse this book to entertain the children with the pictures as you read and enjoy the language Tamil.

Vowels

அ	ஆ	இ	ஈ	உ	ஊ	எ	ஏ	ஐ	ஒ	ஓ	ஔ
Ah Ah as in about	Aa As in paw	Ea As in eat	Ee As in eel	Wu asin few	Say ooh as in too	Eh as in echo	Ay as in hay	Ie as indie	Oh as ib toe	Ohh as oh	Ow as in owl

Aayudham

ஃ
Uck as in duck

Consonants

க்	ங்	ச்	ஞ்	ட்	ண்	த்	ந்	ப்	ம்	ய்	ர்	ல்	வ்	ழ்	ள்	ற்	ன்
ik	Ink	Ich	Ink	It	iNn	ith	ibth	Ip	Im	Iy	Ir	Il	iv	Izhl	iLLI	Irr	In

Combination letters

	அ	ஆ	இ	ஈ	உ	ஊ	எ	ஏ	ஐ	ஒ	ஓ	ஔ
	ah	aa	ea	ee	wu	oo	eh	ay	le	oh	ohh	ow
க்	க	கா	கி	கீ	கு	கூ	கெ	கே	கை	கொ	கோ	கௌ
Ik	Ka	kaa	ki	kee	Ku	koo	keh	Kay	kie	Koh	kohh	kow
ங்	ங	ஙா	ஙி	ஙீ	ஙு	ஙூ	ஙெ	ஙே	ஙை	ஙொ	ஙோ	ஙௌ
ing	ing	ingaa	ingi	ingee	ingu	ingoo	ineh	ngay	ingai	ingoh	ingohh	ingow
ச்	ச	சா	சி	சீ	சு	சூ	செ	சே	சை	சொ	சோ	சௌ
ich	cha	chat	chi	chee	su	choo	cheh	chay	chie	choh	chohh	chow
ஞ்	ஞ	ஞா	ஞி	ஞீ	ஞு	ஞூ	ஞெ	ஞே	ஞை	ஞொ	ஞோ	ஞௌ
inj	nja	njaa	nji	njee	nju	njoo	njeh	njay	njie	njoh	njohh	njow
ட்	ட	டா	டி	டீ	டு	டூ	டெ	டே	டை	டொ	டோ	டௌ
it	ta	taa	ti	tee	tu	too	teh	tay	Tie	toh	tohh	tow
த்	த	தா	தி	தீ	து	தூ	தெ	தே	தை	தொ	தோ	தௌ
ith	tha	tha	thi	thee	Thu	thoo	theh	thay	thie	thoh	thohh	thow
ந்	ந	நா	நி	நீ	நு	நூ	நெ	நே	நை	நொ	நோ	நௌ
inth	Na	naa	ni	nee	nu	noo	Neh	nay	nie	noh	nohh	now

Combination letters

ப் ip	ப pa	பா paa	பி pi	பீ pee	பு pu	பூ poo	பெ peh	பே pay	பை pie	பொ poh	போ pohh	பௌ pow
ம் im	ம ma	மா maa	மி mi	மீ mee	மு mu	மூ moo	மெ meh	மே may	மை mie	மொ moh	மோ mohh	மௌ mow
ய் iy	ய ya	யா yaa	யி yi	யீ yee	யு yu	யூ yoo	யெ yeh	யே yay	யை yie	யொ yoh	யோ yohh	யௌ yow
ர் Ir	ர ra	ரா raa	ரி ri	ரீ ree	ரு ru	ரூ roo	ரெ reh	ரே ray	ரை rie	ரொ roh	ரோ rohh	ரௌ row
ல் il	ல la	லா laa	லி li	லீ lee	லு lu	லூ loo	லெ leh	லே lay	லை lie	லொ loh	லோ lohh	லௌ low
வ் iv	வ va	வா vaa	வி vi	வீ vee	வு vu	வூ voo	வெ veh	வே vay	வை vie	வொ voh	வோ vohh	வௌ vow
ழ் izhl	ழ zhla	ழா zhlaa	ழி zhli	ழீ zhlee	ழு zhlu	ழூ zhloo	ழெ zhleh	ழே zhlay	ழை zhlie	ழொ zhlo	ழோ zhlohh	ழௌ zhlow
ள் iLl	ள Lla	ளா Llaa	ளி Lli	ளீ Llee	ளு Llu	ளூ Lloo	ளெ Lleh	ளே Llay	ளை Llie	ளொ Lloh	ளோ Llohh	ளௌ Llow
ற் iRr	ற Rra	றா Rraa	றி Rri	றீ Rree	று Rru	றூ Rroo	றெ Reeh	றே Rray	றை Rrie	றொ Rroh	றோ Rrohh	றௌ Rrow
ன் in	ன na	னா naa	னி ni	னீ nee	னு nu	னூ noo	னெ neh	னே nay	னை nie	னொ noh	னோ nohh	னௌ now

Pronunciation Key

அ+ம்+மா = ah+im+maa

இ+ங்+கே = ea+ing+kay

வா = vaa

ஆ+டு = aa+du

வ+ந்+ து = va+inth+thu

பா+ர் = paa+ir

இ+லை+யை = ea+lie+yie

அ+ழ+கா+ய்+த் = ah+zhla+gaa+iy+ith

தி+ன்+னு+ம் = thi+in+nu+m

ஈ+யை = ee+yie

வா+லா+ல் = vaa+laa+il

ஓ+ட்+டு+மே = ohh+it+tu+im

உ+ப்+பை= wu+ip+pie

போ+ல= pohh+la

வெ+ள்+ளை = veh+iLL+iLLie

ஊ+க்+க+ம் = ooh+ik+ka+im

கொ+டு+க்+கு+ம் = koh+du+ik+kum

ந+ண்+ப+ ன் = na+iNN+pa+in

எ+ன+க்+கு = eh+na+ik+ku

இ+து = ea+thu

வே+ண்+டு+மே = vay+iNn+du+may

ஏ+ற்+ற+ம் = ay+irr+rra+im

த+ரு+ம் = tha+ru+im

ந+ட்+பு = na+it+pu

ஐ+ய+ம் = ie+ya+im

எ+து+வு+ம் = eh+thu+vu+im

வே+ண்+டா+மே = vay+INn+daa+may

ஒ+ற்+று+மை+யே =. oh +irr+irru+mie+yay

எ+ங்+க+ள் = eh+ing+ka+iLL

பா+ட+ம். = paa+da+im

ஓ+டி+யா+டி = ohh+di+yaa+di

வி+ளை+யா+டி+யே =vi+LLie+yaa+di+yay

ஔ+வை+த் = ow+vie+ith

த+மி+ழை+க் = tha+mi+izhhl

க+ற்+போ+ம் = ka+irr+pohh+im

அம்மா இங்கே வா!

ammaa inggay vaa!

ஆட்டை வந்து பார்!

Aattie vanththu paar!

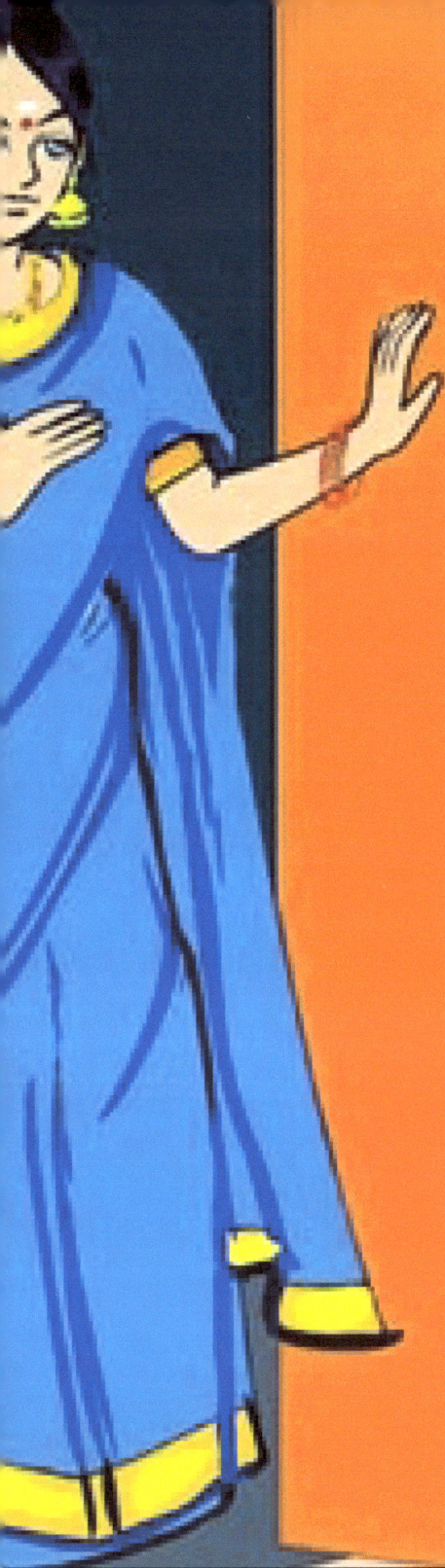

இலையை மெதுவாய்த் தின்னுதே!

Elaiyai mehthuvaaiyth thinnuthay!

ஈயையும் வாலால் ஓட்டுமே!

eeyaiyum vaalaal ohhttumay!

உப்பைப் போல வெள்ளையாம்!

Uppaip pohhla vehLLLLieyaam!

ஊக்கம் கொடுக்கும் நண்பனாம்!

oohkkam kohdukkum NaNNbanaam!

எனக்கு இதுவே வேண்டுமே!

ehnakku eathuvay vayNNdumay!

ஏற்றம் தரும் நட்பாம்.

aytrrrram tharum nahtpaam.

ஐயம் எதுவும் வேண்டாமே!

ieyam ehthuvum vayNNdaamay!

ஒற்றுமையே எங்கள் பாடம்.

ohtrrrruumaiyay ehngkall paadam.

ஓடியாடி விளையாடியே,
ohhdiyaadi viLLieyaadiyay,

ஒளவைத் தமிழைப் படிப்போம்.
Owvieth thamizhl padipohhm.

Words To Learn

அ - அம்மா

ஆ - ஆடு

இ - இலை

ஈ - ஈ

உ - உப்பு

ஊ - ஊக்கம்

எ - எனக்கு

ஏ - ஏற்றம்

ஐ - ஐயம்

ஒ - ஒற்றுமை

ஓ - ஓடுதல்

ஔ - ஔவை

Pronunciation Key

அ+ம்+மா = ah+im+maa

இ+ங்+கே = ea+ing+kay

வா = vaa

உ+ப்+பை= wu+ip+pie

போ+ல= pohh+la

வெ+ள்+ளை = veh+iLL+iLLie

ஐ+ய+ம் = ie+ya+im

எ+து+வு+ம் = eh+thu+vu+im

வே+ண்+டா+மே = vay+INn+daa+may

ஆ+டு = aa+du

வ+ந்+ து = va+inth+thu

பா+ர் = paa+ir

ஊ+க்+க+ம் = ooh+ik+ka+im

கொ+டு+க்+கு+ம் = koh+du+ik+kum

ந+ண்+ப+ ன் = na+iNN+pa+in

ஒ+ற்+று+மை+யே =. oh +irr+irru+mie+yay

எ+ங்+க+ள் = eh+ing+ka+iLL

பா+ட+ம். = paa+da+im

இ+லை+யை = ea+lie+yie

அ+ழ+கா+ய்+த் = ah+zhla+gaa+iy+ith

தி+ன்+னு+ம் = thi+in+nu+m

எ+ன+க்+கு = eh+na+ik+ku

இ+து = ea+thu

வே+ண்+டு+மே = vay+iNn+du+may

ஓ+டி+யா+டி = ohh+di+yaa+di

வி+ளை+யா+டி+யே =vi+LLie+yaa+di+yay

ஈ+யை = ee+yie

வா+லா+ல் = vaa+laa+il

ஓ+ட்+டு+மே = ohh+it+tu+im

ஏ+ற்+ற+ம் = ay+irr+rra+im

த+ரு+ம் = tha+ru+im

ந+ட்+பு = na+it+pu

ஔ+வை+த் = ow+vie+ith

த+மி+ழை+க் = tha+mi+izhhl

க+ற்+போ+ம் = ka+irr+pohh+im

அம்மா இங்கே வா!
ammaa inggay vaa!
Mommy come here!

ஆட்டை வந்து பார்!
Aattie vanththu paar!
Come look at the goat !

இலையை மெதுவாய்த் தின்னுதே!
Elaiyai mehthuvaaiyth thinnuthay!
Eating the leaf slowly!

ஈயையும் வாலால் ஓட்டுமே!
eeyaiyum vaalaal ohhttumay!
Chase the fly with its tail!

உப்பைப் போல வெள்ளையாம்!
Uppaip pohhla vehLLLLieyaam!
white as salt !

ஊக்கம் கொடுக்கும் நண்பனாம்!
oohkkam kohdukkum NaNNbanaam!
Encouragement giving friend!

எனக்கு இதுவே வேண்டுமே!
ehnakku eathuvay vayNNdumay!
I want it!

ஏற்றம் தரும் நட்பாம்.
aytrrrram tharum nahtpaam.
friendship that provides greatness.

ஐயம் எதுவும் வேண்டாமே!
ieyam ehthuvum vayNNdaamay!
no need for any doubt.

ஒற்றுமையே எங்கள் பாடம்.
ohtrrrruumaiyay ehngkall paadam
Unity is our lesson

ஓடியாடி விளையாடியே,
ohhdiyaadi viLLieyaadiyay,
while running around and playing,

ஔவைத் தமிழைப் படிப்போம்.
Owvieth thamizhl padipohhm.
We will learn Owvie's Tamil.

அ

ஆ

இ

ஈ

உ

ஊ

www.ingramcontent.com/pod-product-compliance
Lightning Source LLC
Chambersburg PA
CBHW042106090426
42811CB00018B/1864